KỌLÁ
ÀTI ỌKẸRẸ KÉKERÉ

Fún Ifẹ́, Irẹ́pọ̀ Àti Ìṣọ̀kan

Ìwé yí jẹ́ ti

_____

Ọ̀rọ̀ àti àwọn àwòrán àṣẹkíkọ © Fẹ́mi Ọ̀ṣẹwà 2020
A ti fi ẹ̀tọ́ Fẹ́mi Ọ̀ṣẹwà hàn bí onkọ̀wé tí iṣẹ́ yíí ní ìbámu pẹ̀lu Abala 77 ti àṣẹ-lórí ara, àwọn àṣà àti awọn Ìwé-àṣẹ 1988

Gbogbo àṣẹkíkọ ìwé yí wà ní abé òfin. Kò si apákankan tí àtẹ̀jáde yíí tí a gbúdọ tún ṣe, fi pamọ́ sínú èro ìgbàpadà, tàbí kí a gbe jade ní ípasẹ̀ ọ̀nà ẹrọ, ìdààko fọ́tò, láì jé pé a gba àṣe tó tọ́nà lọ́wọ́ ẹni tí óni àṣe lórí àtẹ̀jáde yíí.

Ìwe yíí jẹ́ iṣẹ́ ìtàn. Àwọn orúkọ, ibi, ìlú, tàbí àti àwọn iṣẹ̀lẹ̀ jẹ́ ìtà àròsọ. Ìfiwéra èyíkéyi to fi ara jọ iṣẹ̀lẹ̀ gangan tabi àwọn ènìyàn, kódà láàyè tàbí tó ti kú jẹ àìmọ̀.

ISBN: 979-857-45993-0-3
Àtẹ̀jáde ní ipasẹ̀: SCLK UK, orukọ iṣòwò ti SCLK Limited

O lè túbọ̀ ka àwon ìwé míràn ti Fẹ́mi Ọ̀ṣẹwà ní www.femiosewa.com

Text and illustrations copyright © Femi Osewa 2020
The right of Femi Osewa to be identified as the author of this work has been asserted in accordance with Section 77 of the Copyright, Designs and Patents Act 1988

All rights reserved. No part of this publication may be reproduced, stored in a retrieval system, or transmitted, in any form or by any means, electronic, mechanical, photocopying, recording or otherwise, without the prior permission of the copyright owner.

This book is a work of fiction, except where stated. The names, characters, places and incidents are fictional. Any resemblance to actual events or persons, living or dead, are unintentional.

ISBN: 979-857-45993-0-3
Published by: SCLK UK, a trading name of SCLK Limited

You can find out more about Femi Osewa's books by visiting
www.femiosewa.com

KỌLÁ
ÀTI ỌKẸRẸ KÉKERÉ

ILLUSTRATED BY
ROY RESABAL

FẸMI ỌṢẸWÀ

Ní ìgbà kan rí, ọmọ ọkùnrin kékeré kan tí orúkọ rè ńjẹ́ Kọ́lá dá jòkó lábẹ́ igi ràbàtà kan.

Once upon a time, a little boy sat by himself, next to a gigantic tree. His name was Kola.

Ó dá ronú nípa Ìrẹpọ̀, ìlú kan tí kò jìnnà púpọ̀, níbití oòrùn kì wọ̀.

He thought about Friendship, a town not too far away, where the sun never sets.

Ní ọjọ́ kan, ní ìgbà tì ó n padà lọ sí ilé, ó pàdé ọ̀kẹ́rẹ́ kékeré kan.

One day, on his way home, he met a purple squirrel.

"Báwo ni ó Ọkẹ́rẹ́ kékeré? Kíni ìwọ nìkan ńdá ṣe ní ọ̀nà tó dá yìí?" Kọ́lá béèrè lọ́wọ́ Ọkẹ́rẹ́ náà.

"Èmi ń padà lọ sí ilú mi," Ọkẹ́rẹ́ náà dáhùn.

"Hello little squirrel. What are you doing by yourself on this lonely path?" Kola asked.

"I'm going home," replied the squirrel.

"Ní ibo ni ilú rẹ?" Kọ́lá béèrè.
"Ìrẹ́pọ̀, Ìrẹ́pọ̀ ni mò ń gbé" Ọkẹ́rẹ́ náà fèsì.

"Where's home?" he asked.
"Friendship," the squirrel answered.
"I live in Friendship."

Kọ́lá yọ̀ sẹ̀sẹ̀ nítorí èsì Okẹ́rẹ́ yi, ó kigbe, "Inú mi yóò dùn láti bá o lo sí Ìrẹ́pọ̀!"

Okẹ́rẹ́ náà bojúwo Kọ́lá, ó ri pé kò lè pa ìdùnnú rẹ̀ mọ́ra. Ó sì fun lésì pé:

Excited by the squirrel's answer Kola shouted, "I would like to go to Friendship with you!"

The squirrel took one look at Kola, who could hardly contain his joy.
He pondered for a moment and said:

"Máṣe dààmú, èmi yóò mú o lọ síbẹ̀. Ti a ba fọwọ́sowọ́pọ̀ a o dé ibẹ̀ ní kíákíá."

"Don't worry, I will take you there. If we work together, we can get there quite quickly."

Ọkẹ́rẹ́ náà fun Kọ́lá ní àtùpà kan ó ní, "Gbà, ìwọ tan àtùpà yí ...

The squirrel handed Kola a lantern and said, "Here, light up the lantern and...

"Èmi yóò lànà fún wa."

I will make a path for us."

Lésè kan náà, Kọ́lá àti Ọkẹ́rẹ́ kékeré náà bẹ̀rẹ̀ ìrìn àjò jínjìn rere lọ sí Ìrẹ́pọ̀.

And so, the two set off on the long journey to Friendship.

Wọ́n n bá ìrìn àjò wọn lọ, wón nlọ, wón nlọ.
Ní ìgbà tí ó yá, ó rẹ Kọ́lá, ó jan ara mọ́ ilẹ̀,

Ó Kígbe wípé "A tí ń rìn ní ọ̀nà yíí fún ìgbà díè, ilẹ̀ ti ń ṣú, ẹ̀rù sì ń bà mí."

They travelled on, and on, and on.
Eventually Kola got very tired.

"We have been walking along this path for a while, it's getting dark and I'm a little scared," he cried.

"Ẹrù n bà èmi náà" Ọkẹ́rẹ́ fèsì.
"Ṣùgbọ́n ṣé o mọ n̄kankan?, tí èrù bá ti ń bà mí, mo ma ń fi ojú okàn mi sí Ìrẹ́pọ̀; eléèyí má ń mú ìbẹ̀rù kúrò ní ọkàn mi, nítorí ìbẹ̀rù kòsí ní Ìrẹ́pọ̀.

"Me too," sighed the squirrel.
"But you know something, I always try to focus on Friendship. That takes away my fear. In Friendship, we have no fear."

Ọ̀rọ̀ yí ya Kọ́lá lẹ́nu púpọ̀, ó sún mọ́ Ọkẹ́rẹ́, ó tẹ́tí si, ó sì bẹ̀ẹ̀rẹ̀ fún ìtumọ̀ ọ̀rọ̀ tí ó sọ; ó fẹ́ mo òye ọ̀rọ̀ náà.

"Nítorí ìbẹ̀rù a má gbin èso ìkà sí inú ọ̀rẹ́."

Intrigued, Kola asked, "Why?" tilting his head towards the squirrel, trying to understand.

"Because fear turns friends into enemies," replied the squirrel.

Síbẹ̀ wọ́n tẹsíwájú nínú ìrìn-àjò wọn, ní ọ̀nà tóóró náà. Láì pẹ́ oòrùn wọ̀, òṣùpá gba ojú òrun, àwọn Ìrè bẹ̀rẹ̀ orin, Òwìwí pẹ̀lú jáde fún iṣẹ́ alé.

Still they continued on their journey together, on the long, narrow path.
The sun went to sleep, and the moon arose. The crickets started their song, and the owl prepared for the night ahead.

Lẹ́hìn tí wọ́n tún tẹ̀síwájú díẹ̀, wọ́n dúró láti sinmi, Kọ́lá bèèrè, "Kíni ìdí tí ó fi nira láti dé Ìrẹ́pọ̀?"

"Nítorí Ìrẹ́pọ̀ rẹwà. Ní ìgbà míràn ohun to lẹ́wà má ń nira láti rí. A ní láti ṣiṣẹ́ takuntakun tí a bá fẹ́ rí ohun tó rewà, èyí ni à n pè ní ìforítì."

After walking a little further, they stopped for a break, and Kola asked, "Why is it so difficult to get to Friendship?"

"Because Friendship is beautiful," replied the squirrel. "Sometimes beautiful things are difficult to get. You have to work hard to get them. It's called sacrifice."

"Ódáa sọ fún mi, báwo ni Ìrẹ́pọ̀ ṣe rí?" Kọ́lá béèrè pẹ̀lú ayọ̀ ṣẹ̀ṣẹ̀.

"Ìrẹ́pọ̀! ìlú mi, ìlú mi tí ó dára, tí ó sì lẹ́wà" Ọkẹ́rẹ́ bẹ̀rẹ̀ orin nípa Ìrẹ́pọ̀, pápá tó tẹ́ rẹrẹ, odò tó tòòrò, àti oríṣiríṣi igi eléwé pọ̀ sí ibẹ̀. Kò sí ìbẹ̀rù, àbò tó péye wà. Gbogbo wa ní ànfàní láti gbé pẹ̀lú àyọ̀ àti ìdùnnú. Inú rẹ á dùn láti gbé níbẹ̀."

"Tell me, what is it like living in Friendship?" Kola asked anxiously.
"Friendship, oh, my home, my beautiful home!" the squirrel began, "There are fields, trees and lakes. There are no walls around us, yet we live in safety. Everyone comes and goes, everyone is welcome. You will like it there."

"Kíni wọ́n ń pe àwọn tó ń gbé Ìrẹ́pọ̀?" Kọ́lá beèrè
"Òrẹ́! À ń pe ara wa ní ọ̀rẹ́," Ọ̀kẹ́ré dáhùn. "Kílódé?" Kọ́lá tún béèrè.

"What are the people who live in Friendship town called?"
"Friends! We call ourselves friends," answered the squirrel.
"Why?" Kola asked.

"Nítorí gbogbo wa fẹ́ràn ara wa, a sì nṣe ìtójú ọmọlàkéjì wa."

"Ó wù mí kí ibi gbogbo dàbí Ìrẹ́pọ̀," Kọ́lá sọ, ó ń fi ojú inú wòó bí Ìrẹ́pọ̀ yóò ṣe rí. "Ṣé ó ṣì jìnnà?" ó bèrè pẹ̀lú ìtara.

"Rárá, ó yẹ kí a dé ibẹ̀ kí ilẹ̀ tó ṣú," Ọkẹ́rẹ́ fèsì pẹ̀lú ìdùnnú.

"Because everyone loves each other, and looks after one another," the squirrel replied.

"I wish everywhere could be like Friendship," Kola said, imagining what it would be like. "Is it still far away?" he asked eagerly.

"No, we should get there before nightfall," the squirrel replied excitedly.

Wọ́n sì tún tẹ̀síwájú ní ìrìn àjò nà.

And so they continued on the journey.

Kọ́lá gun igi kaṣú, ó bèrè láíbìkítà, "Kíni wọ́n yóò pè mí ní Ìrẹ́pọ̀?"

"Ọrẹ́! Ọrẹ́ ni o má jẹ́." Ọkẹ́rẹ́ ná dáhùn bí ouń náà ti ń gun igi.

Fetching fruits with a stick, Kola asked casually, "What will they call me in Friendship?"

"Friend. You'll be called a friend," answered the squirrel as he climbed a cashew tree.

"Ṣé o ní ọ̀rẹ́ wọlé wọ̀de ni Ìrẹ́pọ̀?"

"Bẹ́ẹ̀ni, Dòòsi ni ọ̀rẹ́ mi àtàtà, erin lákátabú, ó tóbi ṣùgbọ́n óní ìwà ìrẹ̀lẹ̀. Ní ìgbà gbogbo ni ó má ń sọ fún gbogbo wa: 'ẹ ṣe rere o, ẹ ṣe rere o, ní torí èmi kìí yóò gbàgbé'"

"Do you have a best friend?" he asked.

"Yes, Doozie, he's an elephant. He's so big and gentle. He always says to everyone: 'Be good, because I won't forget.' He's my best friend."

Lẹ́hìn ìgbà díẹ̀, wọ́n dúró láti sinmi. "Ṣé àríyànjiyàn má n ṣẹlẹ̀ ní Ìrẹ́pọ̀?" Kọ́lá bèrè,

"Bẹ́ẹ̀ni, ní ìgbàmíràn mo má ń bínú sí Ológbò, ṣùgbọ́n mo tẹ́tí sí àmọ̀ràn Ìjàpá ọlọ́gbọ́n. Nígbà gbogbo ó má n kọ́ èmi àti Ológbò láti jẹ́ ọ̀rẹ́ tó dára ní ipasẹ̀ àwọn ọ̀rọ̀ ọlọ́gbọ́n rẹ̀

Nígbàtí n bá bínú sí Ológbò, mo má n rántí àmọ̀ràn Ìjàpá: 'Ẹ̀bùn tó dára púpo ni ọ̀rẹ́ jẹ́ fún wa. A ní láti ní sùúrù pẹ̀lú ara wa. A nílò láti fọwọ́sowọ́pọ̀.'"

After a little while, they stopped for a break, so Kola asked, "Are there disagreements in Friendship?"

"Yes," answered the squirrel, "Sometimes Cat and I don't get along, but we listen to Solomon, the clever tortoise. He always has the answers. He has taught Cat and I to be good friends through his wise words.

When I get angry with Cat, I remember Solomon's advice: 'Friends are the best gifts. They need to be patient with each other. They need to work together.'"

"Ẹrù n bà mí. Bóyá kìí ṣe gbogbo ará Ìrẹ́pọ̀ ni o ma jẹ́ ọ̀rẹ́ dáádá sí mi," Kọ́lá dúró sii bí ẹni tó ti sọnù sí inú ìrònú.

"Kò sí ìdí fún ọ láti ṣe àníyàn, ìwọ kàn jẹ́ ọ̀rẹ́ tó dára sí gbogbo ènìyàn," Ọkẹ́rẹ́ náà gba Kọ́lá ní àmọ̀ràn.

"Wákàtí mélòó lókù kí a dé ibẹ̀?"

"Kò pẹ́ mọ́, mo ti n gbóòrùn oúnjẹ."

"À ti èmi náà. Ìyẹn túmọ̀ sí pé ati súnmọ́ Ìrẹ́pọ̀ àbi?" Kọ́lá bèèrè pẹ̀lú ìdùnnú nínú ohùn rẹ̀.

"Bẹ́ẹ̀ni, a ti súnmọ́ ilé."

"I'm worried. Maybe not everyone in Friendship will be a good friend to me," mused Kola.

"No need to worry, just be a good friend to everyone," the squirrel replied.

"How long before we get there?"

"Not much longer, I can smell the food."

"Me too. That means we are getting close, right?" Kola asked with excitement in his voice.

"Yes," answered the squirrel, "We are getting closer."

"Kíni kí n sọ fún gbogbo ènìyàn nígbàtí mo bá rí wọn fún ìgbà àkọ́kọ́?".

"Fetí sí ọ̀rọ̀ yí," Ọkẹ́rẹ́ náà sọ, "ohun tí gbogbo ènìyàn ma n sọ nígbàti wọ́n bá kọ́kọ́ dé Ìrẹ́pọ̀ nì yẹn: Orúkọ mi ni Kọ́lá, mo fẹ́ láti darapọ̀ mọ́ yín ní Ìrẹ́pọ̀.
Mo fẹ́ jẹ́ ọ̀rẹ́ yín."

"What should I say to everyone when I see them for the first time?" Kola asked.

"Learn these words," the squirrel said, "it's what everyone says when they first arrive in Friendship: My name is Kola, I want to join you in Friendship. You can call me a friend. Can I call you a friend too?"

Ní ìkẹhìn wọ́n dé Ìrẹ́pọ̀

And finally they arrived in Friendship.

"Mo fẹ́ láti má a gbé níbí," Kọ́lá sọ fún Ọkẹ́rẹ́ náà
"Tí o bá jẹ́ onínú rere tí o sì ṣe ìtọ́jú gbogbo ènìyàn, o lè darapọ̀ mọ́ wa ní Ìrẹ́pọ̀ títí láí."

"I would like to stay here," Kola said.
"If you are kind and caring to everyone, you can stay in Friendship forever," the squirrel replied.

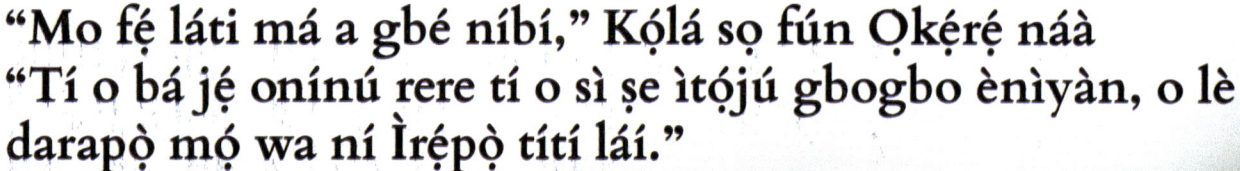

Léyìn tí wọ́n dé Ìrẹ́pọ̀, gbogbo àwọn ọ̀rẹ́ wá kí Kọ́lá káàbo. Kìnìún, ọ̀ọ̀nì, àgùnfọn, ọ̀pọ̀lọ́, ẹfọ̀n, àgbọ̀nrín àti ẹran gbogbo di ọ̀rẹ́ pẹ̀lú Kọ́lá. Ológbò pẹ̀lú wá láti ki káàbò.

So, all the friends came to say hello to Kola. The lion, the crocodile, the giraffe, the frog, the kangaroo, the buffalo, the deer and the antelope all became friends with Kola. Cat came to say hello as well.

Njẹ́ ibòmíràn wà tí o fẹ́ lọ?" Ọkẹ́rẹ́ béèrè.
"Bẹ́ẹni, mo fẹ́ lọ sí Ìmoore," Kọ́lá dáhùn.
"Àti èmi náà, Ọkẹ́rẹ́ dá Kọ́lá lóhùn, "ṣùgbọ́n a ó dúrò díẹ̀ ní Ìrẹ́pọ̀, lẹ́hìn náà ni ojọ́ kan a rin ìrìn àjò lọ sí Ìmoore."

Lẹ́yìn náà, wọ́n dúró ní Ìrẹ́pọ̀ níbití ọmọkùnrin kékeré náà ti ní ọ̀pọ̀lọpọ̀ àwọn ọ̀rẹ́.

"Is there any other place you would like to go?" asked the Squirrel.
"Yes, I want to go to Gratitude," Kola replied.
"Me too, replied the Squirrel, "but we will stay a while here in Friendship, and then one day we will go to Gratitude."
And so, they stayed in Friendship where the little boy had many friends.

Ìrẹ́pọ̀ Lẹ́wà púpọ̀.
Friendship is so beautiful.

ALSO BY FEMI OSEWA

A young girl is taken to Jalingo, a fantasy animal kingdom by her grandmother's words.

Jalingo is threatened by starvation, the animals face a real danger of extinction.

Ìjàpá- the tortoise journeyed through a mysterious underwater world to salvage his last meal. His fears turned into curious anticipation when he was faced with danger, but therein lies an opportunity to discover food reserves enough to feed the entire kingdom. He soon found fame.

Standing on his newly found fame, he embarked on a dangerous conspiracy to upset the established order of the kingdom. Equipped with the very thing the kingdom needs for its existence- food, he reached for power.

Will he succeed? Or will the animals choose loyalty to the existing order even in the face of death by starvation?

"The descriptive quality is excellent and I found myself completely engaged visually... Indeed this book made me feel good and it is perfect for grandmothers to read aloud to their grandchildren."

Val Rowe,
A LoveReading Ambassador,
A LoveReading 4kids Ambassador

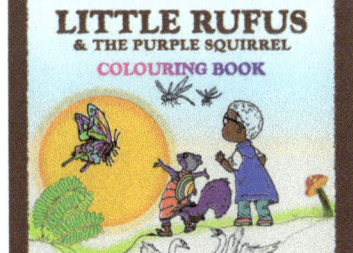

A colouring book based on the original story Little Kola and the Purple Squirrel.

These original illustrations will capture a child's imagination and enchant adults wanting to stay true to their youthful side. So pick up your colouring pencils and pens and once again join Kola on his journey to Friendship… a journey that reminds children and adults alike that, to quote an ancient African proverb, *"To be without a friend is to be poor indeed."*

Download **FREE** PDF: **www.femiosewa.com/colouring-book**
OR Scan the QR code

Follow @Femmyextra

www.femiosewa.com

www.ingramcontent.com/pod-product-compliance
Lightning Source LLC
Chambersburg PA
CBHW061146010526
44118CB00026B/2886